அழகிய பூனை

Millions of Cats

வண்ட கக்

தமிழில்: கொ.மா.கோ.இளங்கோ

AZHAKIYA POONAI (In Tamil)

English Original : Millions of Cats
Wanda Gag (Author, illustrator)
Tamil Translation: **Ko Ma. Ko. Elango**
Thanks to: BGVS, Arvind Gupta
First Edition: September, 2015; Second Print: February, 2017

Published by

BOOKS FOR CHILDREN
im print of Bharathi Puthakalayam
7,Elango Salai, Teynampet, Chennai - 600 018
Email: thamizhbooks@gmail.com | www.thamizhbooks.com

அழகிய பூனை
வண்ட கக்
தமிழில்: கொ.மா.கோ. இளங்கோ

முதல் பதிப்பு: செட்டம்பர், 2015; இரண்டாம் அச்சு: பிப்ரவரி, 2017
வெளியீடு:

புக்ஸ் ஃபார் சில்ரன்
பாரதி புத்தகாலயத்தின் ஓர் அங்கம்
7, இளங்கோ சாலை, தேனாம்பேட்டை, சென்னை - 600 018
தொலைபேசி : 044 24332424, 24332924, 24356935
விற்பனை உரிமை

விற்பனை நிலையம்
திருவல்லிக்கேணி: 48, தேரடி தெரு | **பெரம்பூர்:** 52, கூக்ஸ் ரோடு
வடபழனி: பேருந்து நிலையம் எதிரில் அடையார் ஆனந்தபவன் மாடியில்
ஈரோடு: 39, ஸ்டேட் பாங்க் சாலை | **திண்டுக்கல்:** பேருந்து நிலையம்
நாகை: 1, ஆரியபத்திரபிள்ளை தெரு | **திருப்பூர்:** 447, அவினாசி சாலை
திருவாளூர்: 35, நேதாஜி சாலை | **சேலம்:**   பாலம் 35, அத்வைத ஆஸ்ரமம் சாலை,
சேலம்: 15, வித்யாலயா சாலை | **கரூர்:** நாரத கானசபா அருகில் (Near TNGEA - Office)
அருப்புக்கோட்டை: 31, அகமுடையார் மகால் | **நெய்வேலி:** சி.ஐ.டி.யூ அலுவலகம்,
மதுரை: 37A, பெரியார் பேருந்து நிலையம் | **மதுரை:** சர்வோதயா மெயின்ரோடு,
குன்னூர்: N.K.N வணிகவளாகம் பெட்போர்ட் | **செங்கற்பட்டு:**1 டி, ஜி.எஸ்.டி சாலை
விழுப்புரம்: 26/1, பவானி தெரு | **திருநெல்வேலி:** 25A, ராஜேந்திரநகர், பாளையங்கோட்டை
விருதுநகர்: 131, கச்சேரி சாலை | **கும்பகோணம்:** ரயில் நிலையம் அருகில்
வேலூர்: S.P. Plaza 264, பேஸ் II , சத்துவாச்சாரி | பேருந்து நிலையம் அருகில்,
தஞ்சாவூர்: காந்திஜி வணிக வளாகம் காந்திஜி சாலை | **விருதாசலம்:** 511A, ஆலடி ரோடு
திருச்சி: வெண்மணி இல்லம், கரூர் புழவழிச்சாலை | **பழனி:** பேருந்து நிலையம்
தேனி: 12,H, மீனாட்சி அம்மாள் சந்து, இடமால் தெரு | **கோவை:** 77, மசக்காளிபாளையம் ரோடு,
பீளமேடு | **தி.மலை:** முத்தம்மாள் நகர், | **நாகர்கோவில்:** 699, கே.பி.ரோடு, ஆர்.விடுரம், 94434 50111
சிதம்பரம்: 22A/18B தேரடி கடைத் தெரு, கீழவீதி அருகில் | **கடலூர்:** 55, பாஷியம் ரெட்டி தெரு, மஞ்சக்குப்பம்

நினைத்த நூல்கள்... நினைத்த நேரத்தில்...
thamizhbooks.com   9498002424

அச்சு : கணபதி எண்டர்பிரைசஸ், சென்னை - 5

ஒராயிரம் ஆண்டுகளுக்கு முன்பு வயதான தாத்தாவும் பாட்டியும் சேர்ந்து வாழ்ந்தனர். அவர்கள் வசித்த வீடு அழகாகவும் சுத்தமாகவும் இருந்தது.

Once upon a time there was a very old man and a very old woman. They lived in a niceclean house which had flowers all around it, except where the door was.

அவர்கள் வீட்டைச் சுற்றியுள்ள நிலத்தில் பூஞ்செடிகள் வளர்த்திருந்தார்கள். வீட்டுக்கதவுக்கு நேராக நடைபாதை அமைத்திருந்தார்கள். ஆனால், அங்கு இருவர் மட்டுமே வசித்தார்கள். பேச்சுத் துணைக்குக்கூட ஆட்கள் இல்லை. அதை நினைத்து இருவரும் வருந்தினார்கள்.

**But they couldn't be happy
because they were so very lonely.**

ஒரு நாள் பாட்டி பெருமூச்சுவிட்டபடி வயதான தாத்தாவிடம் சொன்னாள்.

"நம்மிடம் ஒரு பூனையாவது இருந்திருக்கலாம்."

"பூனையா...?" என்று காரணம் புரியாமல் கேள்வி கேட்டார் தாத்தா. "ஆமாம்! ஒரு அழகிய பூனை. பொசுபொசுவென உடம்பு முழுக்க ரோமம் உள்ள பூனை. வயதான நமக்கு துணையாக இருக்குமே." விளக்கமாகப் பதில் அளித்தாள் பாட்டி. "அப்படியே ஆகட்டும். உன் விருப்பப்படியே ஒரு பூனையை நிச்சயமாகத் தேடிக் கொண்டு வருவேன்." என்ற தாத்தா வீட்டைவிட்டு புறப்பட்டுப் போனார்.

"If only we had a cat!" sighed the very old woman. "A cat?" asked the very old man.
"Yes, a sweet little fluffy cat," said the very old woman. "I will get you a cat, my dear," said the very old man.

தாத்தா, மலைப்பாதைகளில் நடந்து போனார்.
திக்குத் தெரியாத காடுகளில் பூனையைத் தேடி அலைந்தார்.
கரடுமுரடான பாதைவழியே மலையுச்சிக்கு ஏறினார்.
சுட்டுப் பொசுக்கும் மதியவெயிலில் நடந்தார். நடந்து நடந்து
ஒரு பள்ளத்தாக்கை சென்றடைந்தார்.
சற்றுநேரத்தில் களைத்துப்போனார்.
அந்த இடம் குளிர்ச்சியாக இருந்தது. தாத்தா அங்கு
ஓய்வெடுக்கவில்லை. நீண்ட பயணத்தை தொடர்ந்தார்.
கடைசியில், பூனைகள் ஏராளமாக வாழும்
ஒரு மலைக்கு வந்து சேர்ந்தார்.

And he set out over the hills to look for one.
He climbed over the sunny hills.
He trudged through the cool valleys.
He walked a long, long time and at last he came to a hill
which was quite covered with cats.

"ஆஹா பூனைகள்... அழகிய பூனைகள்
இங்கே பூனைகள்... எங்கும் பூனைகள்
இதோ பாரு இங்கே... அதோ பாரு அங்கே
குட்டிக் குட்டி பூனைகள்
கோடிக் கோடி பூனைகள்."
தேடிவந்த பூனைக் கூட்டத்தை பார்த்த மகிழ்ச்சியை
தாத்தா பாட்டுப்பாடி கொண்டாடினார்.

**Cats here, cats there,
Cats and kittens, everywhere,
Hundreds of cats,
Thousand of cats,
Millions and billions and trillions of cats.**

"அப்பப்பா!" தாத்தா மிகுந்த உற்சாகமடைந்தார்.
கண்களில் ஆனந்தக் கண்ணீர் பெருகியது.
"இது எனக்கு கிடைத்துள்ள நல்ல வாய்ப்பு. இப்போது
என்னால் மிகவும் அழகான பூனையை...அதுவும் ஒரே ஒரு
பூனையை தேர்வு செய்ய முடியும். அதோடு நான் வீடு
திரும்ப முடியும்." என்றவர் அக்கம்பக்கம் பார்த்து ஒரு
பூனையைத் தூக்கினார்.
அது ஒரு வெள்ளைநிறப் பூனை.

"Oh," cried the old man joyfully,
"Now I can choose the prettiest cat and take it home with
me!" So he chose one. It was white.

ஆனால், தாத்தா வீடுதிரும்ப முடிவெடுத்த பிறகு மற்றொரு பூனையைப் பார்த்து வியந்துபோனார். அது முதல் பூனையைவிட அழகாக இருப்பதாக நம்பினார். கறுப்பு, வெள்ளை நிறங்கள் கலந்த பூனை தாத்தாவின் கால்களைச் சுற்றி வந்தது. உடனடியாக அதையும் சேர்த்து தூக்கி வைத்துக்கொண்டார்.

But just as he was about to leave, he saw another one all black and white and it seemed just as pretty as the first. So he took this one also.

நடந்து வந்த பாதையில் ஒரு மரம் இருந்தது. அதன் கிளையிலிருந்து குதித்து இறங்கிய குட்டிப்பூனை சாம்பல் நிறத்தில் இருந்தது. அதைப் பார்க்கப்பார்க்க மனம் நெகிழ்ந்தது. குட்டிப்பூனையின் அழகில் மயங்கிப்போனார் தாத்தா. மிகவும் ஆசையுடன் அதையும் தூக்கி வைத்துக்கொண்டார்.

But then he saw a fuzzy gray kitten way over here which was every bit as pretty as the others so he took it too.

இன்னும் ஒரு பூனை நடைபாதை ஓரத்தில் வழிமறித்து நின்று கவனத்தை ஈர்த்தது. அதன் மஞ்சள் கண்களும் நீண்ட மீசையும் கண்களைக் கவர்ந்தது. அதையெப்படி விட்டுச் செல்லமுடியும்?

And now he saw one way down in a corner, which he thought too lovely to leave so he took this too.

பிறகு, கண் முன்னால் கறுப்பு நிற குட்டிப்பூனை ஒன்று ஓடிவந்தது. 'மியாவ்..' என மெல்லிய குரலில் எதையோ பேச ஆசைப்பட்டது.

"இதோ இந்த குட்டியை விட்டுப்பிரிய நான் வெட்கப்பட வேண்டும்." தாத்தா தனக்குத்தானே பேசிக்கொண்டார்.

உடனடியாக அப்பூனையையும் தூக்கி தோளில் வைத்துக்கொண்டார்.

And just then, over here, the very old man found a kitten, which was black and very beautiful.
"It would be a shame to leave that one,"
said the very old man. So he took it.

கடைசியாக, மற்றொரு பூனை அவர் கண்ணில்
பட்டது. அதன் அழகில் அவர் மயங்கிப்போனார்.
அதன் உடல் முழுதும் வெள்ளையும் சாம்பல் நிறமும்
கலந்த கோடுகளைக் காணமுடிந்தது. நிஜமாக அது ஒரு
புலிக்குட்டிபோல கம்பீரமாக தலையைத் தூக்கி
தாத்தாவைப் பார்த்தது.
"இதை எடுத்துக்கொள்ளாமல் இங்கிருந்து நகர மாட்டேன்."
தாத்தா, அதையும் தூக்கி வைத்துக்கொண்டு
பயணத்தைத் தொடர்ந்தார்.

And now, over there, he saw a cat,
which had brown and yellow stripes like a baby tiger.
"I simply must take it!"
cried the very old man, and he did.

ஒவ்வொரு முறையும் தாத்தாவின் பார்வையில் ஒவ்வொரு விதமான அழகிய பூனைகள் தென்பட்டன. கடைசியில் எல்லாப் பூனைகளுமே வெவ்வேறு வகையில் அழகாக இருந்தன. அவற்றை மலையுச்சியில் விட்டுச்செல்ல அவருக்கு மனம்வரவில்லை. எல்லாப் பூனைகளையும் தேர்ந்தெடுக்க வேண்டி இருந்தது. ஆனால், பாட்டி சொன்னபடி அவருக்கு ஒரே ஒரு அழகிய பூனை மட்டுமே தேவை.

So it happened that every time the very old man looked up, he saw another cat which was so pretty he could not bear to leave it, and before he knew it, he had chosen them all.

தாத்தா, பகல்நேர வெயிலைப் பொருட்படுத்தாமல்
மலையிலிருந்து இறங்கினார். குளிர் பகுதியான
பள்ளத்தாக்கைக் கடந்தார். ஆமாம்,
பாட்டிக்குப் பிடித்த பூனைகளை
சீக்கிரமே அழைத்துச் சென்று காட்ட நினைத்தார்.

**And so he went back over the sunny hills
and down through the cool valleys,
to show all his pretty kittens to the very old woman.**

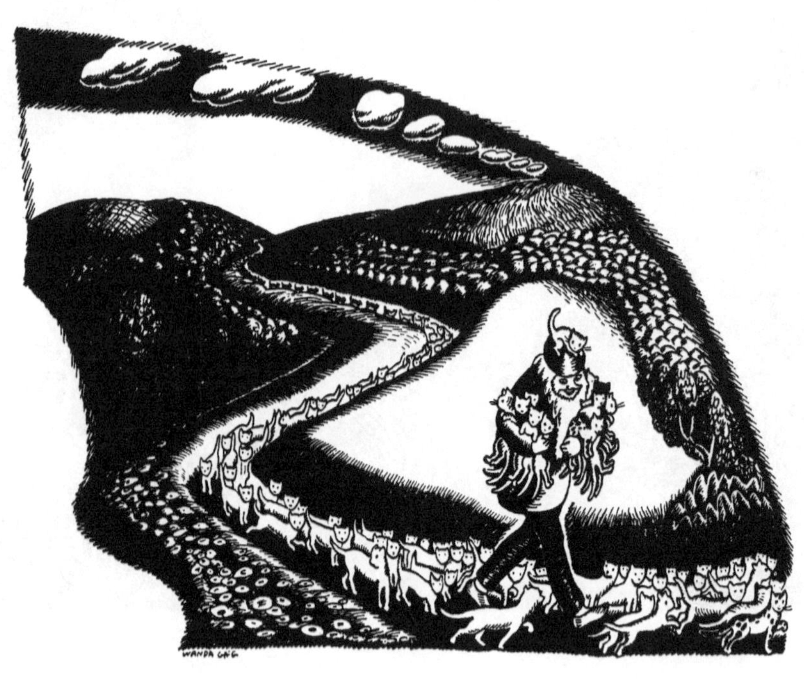

நூற்றுக்கணக்கான... ஆயிரக்கணக்கான... லட்சக்கணக்கான...
கோடிக்கணக்கான பூனைகளுடன் அவர் வீடு திரும்பிக்
கொண்டிருந்தார். அவற்றைப் பார்த்து பாட்டி வியந்து
போவாள். அவளுக்கு எல்லாமே விசித்திரமாக இருக்கும்.
தன் கண்களையே அவளால் நம்ப முடியாமல்போகும்.

**It was very funny to see those hundreds
and thousands and millions and billions
and trillions of cats following him.**

தாத்தாவும் பூனைகளும் நீர் நிறைந்த
ஒரு குளத்தைக் கடந்தார்கள்.
"மியாவ்...மியாவ்... தாகம்... தாகம்... தாத்தா,
எங்களை தண்ணீர் குடிக்க அனுமதிக்க வேண்டும்."
நூற்றுக்கணக்கான... ஆயிரக்கணக்கான... லட்சக்கணக்கான...
கோடிக்கணக்கான பூனைகள் அவரிடம் கெஞ்சிக்கேட்டன.

They came to a pond.
"Mew, mew! We are thirsty!"
cried the Hundreds of cats, Thousands of cats,
Millions and billions and trillions of cats.

"நல்லது. இந்த குளத்து நீரைக்குடித்து
தாகம் தீர்த்துக்கொள்ளுங்கள்."
தாத்தா சொல்லிமுடித்த அடுத்த நொடியே
அவை குளத்தை சூழ்ந்து நின்றன.
ஒவ்வொரு பூனையும் ஒருமடக்கு தண்ணீர் குடித்தது.
குளம் காலியானது; ஒருதுளி நீர்கூட மிச்சமில்லை.

"Well, here is a great deal of water,"
said the very old man.
Each cat took a sip of water,
and the pond was gone!

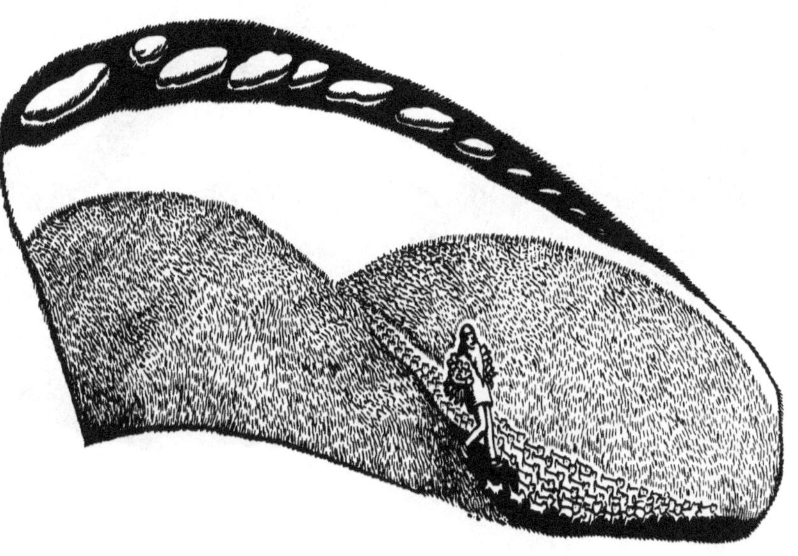

அடுத்த சிலமைல் தூரத்தில் பூனைகள் தாத்தாவிடம்
உணவு வேண்டிக் கேட்டன:
"மியாவ்... மியாவ்.. இப்போது எங்களுக்கு
பசி வயிற்றைக் கிள்ளுகிறது."

"Mew, mew! Now we are hungry!"
said the Hundreds of cats,
Thousands of cats,
Millions and billions and trillions of cats.

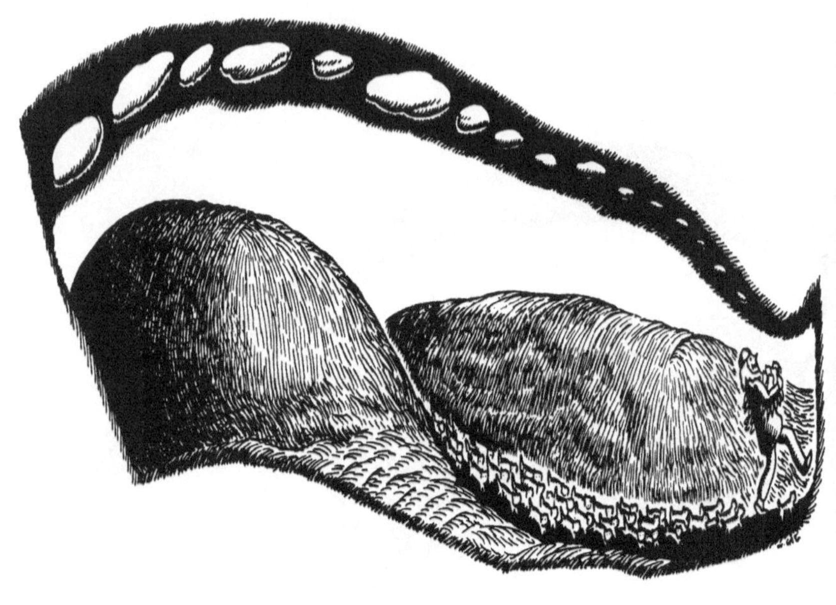

தாத்தா சொன்னார்:

"அதோ. எதிரில் ஒரு மலை தெரிகிறதே. அங்கு
வளர்ந்துள்ள பசுமையான புற்களைப் பாருங்கள்." பூனைகள்
அந்த புல்வெளிப் பக்கம் ஓடின. நூற்றுக்கணக்கான...
ஆயரக்கணக்கான... லட்சக்கணக்கான...
கோடிக்கணக்கான பூனைகள் ஒரு புல்லைக்கூட
மிச்சம் வைக்காமல் கடித்து ருசித்தன.

"There is much grass on the hills,"
said the very old man.
Each cat ate a mouthful of grass
and not a blade was left!

தாத்தாவைப் பின்தொடர்ந்து கூட்டங்கூட்டமாய்
வீடு திரும்பிய பூனைகளை தொலைவிலிருந்து பார்த்தாள்
பாட்டி. தாத்தாவைப் பார்த்தவுடன் கேட்டாள்.

"நீங்கள் என்ன காரியம் செய்து விட்டீர்கள்?
நான் கேட்டதோ ஒரே ஒரு அழகிய பூனை.
ஆனால், நீங்கள் கோடானுகோடி
பூனைகளை அழைத்து வந்திருக்கிறீர்களே?"

**Pretty soon the very old woman saw them coming.
"My dear!" she cried, "What are you doing?
I asked for one little cat, and what do I see? –**

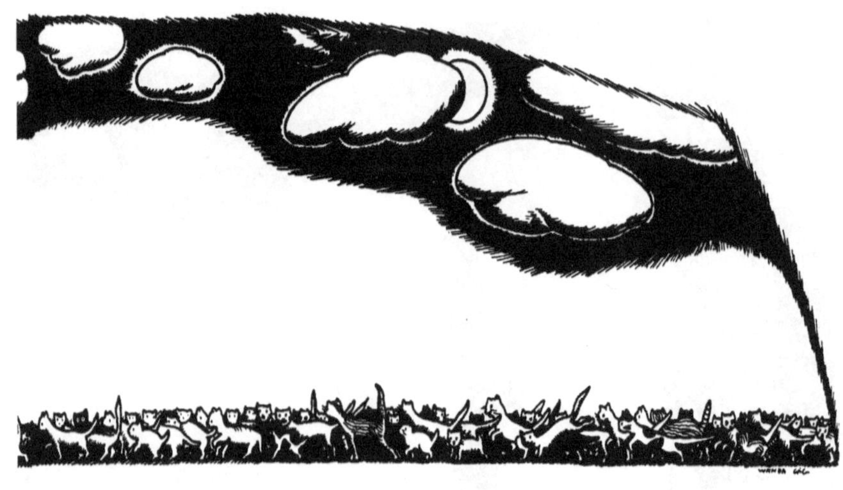

"ஆஹா பூனைகள்...அழகிய பூனைகள்
இங்கே பூனைகள்...எங்கும் பூனைகள்
இதோ பாரு இங்கே...அதோ பாரு அங்கே
குட்டிக் குட்டி பூனைகள்
கோடிக் கோடி பூனைகள்."

"Cats here, cats there, Cats
and kittens everywhere,
Hundreds of cats,
Thousands of cats,
Millions and billions
and trillions of cats.

"நாம் இருவர் மட்டுமே தங்கியுள்ள வீட்டில்
கோடானுகோடிப் பூனைகளை எப்படி வளர்ப்பது?
இவற்றுக்கு எப்படி உணவளிப்பது?"

பாட்டியின் கேள்விக்கு
நிதானமாகப் பதிலளித்தார் தாத்தா.

"நான் ஒருபோதும் அதுபற்றி சிந்திக்கவில்லையே.
இனி என்ன செய்வதென்று நீயே சொல்."

வயதான பாட்டி சிறிதுநேர யோசனைக்குப்
பிறகு சொன்னாள்.

"இந்த முடிவை நாம் பூனைகளிடமே விட்டுவிடலாமா?
எந்த பூனை நம்மிடம் வசிக்க விரும்புகிறது என்பதை

அவை தங்களுக்குள் பேசி முடிவு செய்யட்டுமே."

"ஓ! அதுவும் சரிதான்" என பாட்டியின் ஆலோசனையை
ஏற்றுக்கொண்ட தாத்தா பூனைகளை
அழைத்து ஒரு கேள்வி கேட்டார்.

"செல்லப் பிராணிகளே. உங்களில் மிக அழகான பூனை யார்?"

"நான்தான்." "இல்லை...நானே."

"இல்லவே இல்லை. என்னை விட அழகிய பூனை
இங்கு ஒன்றும் இல்லை."

ஒவ்வொரு பூனையும் தன்னைத்தானே அழகிய பூனையாக
நினைத்துக் கொண்டிருந்தது. நேரம் செல்லச்செல்ல
பூனைகளுக்குள் வாக்குவாதம் ஏற்பட்டது.

சண்டை நடந்தது.

"But we can never feed them all,"
said the very old woman,
"They will eat us out of house and home."
"I never thought of that,'
said the very old man, "What shall we do?"
The very old woman thought for a while
and then she said, "I know! I will let the cats decide
which one we should keep."
"Oh yes," said the very old man,
and he called to the cats,
"Which one of you is the prettiest?" "I am!"
"I am!" "No, I am!"
"No, I am the prettiest!" "I am!"
"No, I am! I am! I am! " cried hundreds and thousands
and millions and billions and trillions of voices,
for each cat thought itself the prettiest.
And they began to quarrel.

அவை ஒன்றை ஒன்று கடித்துக்கொண்டன.
கால் நகங்களைக் கொண்டு முகங்களைக் கீறிக்கொண்டன.
பூனைகளுக்குள் பெரும் கூச்சல் குழப்பம் நிலவியது.
தாத்தா, பாட்டியால் சண்டை சச்சரவுகளை சகித்துக்கொள்ள
முடியவில்லை. அவர்கள், உடனடியாக வீட்டுக் கதவைத்
திறந்து உள்ளே ஓடினார்கள்.

சிறுது நேரம் கழிந்தது. சன்னல் கதவுகளை மெல்லத் திறத்து
பார்த்தாள் பாட்டி. பூனைகளுக்கு என்ன நடந்தது என்பதை
தெரிந்து கொள்ள நினைத்தாள்.

ஆனால், வீட்டுக்கு முன்பு ஒரு பூனையைக்கூட
காணவில்லை. இந்தப் பூனைகளுக்கு என்ன ஆயிற்று?

They bit and scratched and clawed each other and made
such a great noise that the very old man and the very old
woman ran into the house as fast as they could.
They did not like such quarrelling. But after a while
the noise stopped and the very old man and the very
old woman peeped out of the window to see what had
happened. They could not see a single cat!

"எல்லாப் பூனைகளும் சண்டையிட்டு ஒன்றை ஒன்று தின்றுவிட்டன என்று நினைக்கிறேன்" என்று தாத்தாவிடம் சொல்லியபடியே கதவைத் திறந்து வெளியே வந்து நின்றாள் பாட்டி. "இது ஒரு பரிதாபத்துக்குரிய செயல்" என்ற தாத்தா எதையோ பார்த்து பாட்டியை அழைத்தார்.

"அதோ. அங்கே பாரேன்." புதருக்கு மத்தியில் ஒரு இடத்தை கைநீட்டி சுட்டிக் காட்டினார்.

புதருக்கு நடுவில் மறைவாக ஒரு குட்டிப்பூனை உட்கார்ந்திருந்தது.

அது, "மியாவ்...மியாவ்..." என்று குரல் கொடுத்தது. பாவம். குட்டிப்பூனை. அது பயத்தில் நடுங்கிக்கொண்டிருந்தது.

"I think they must have eaten each other all up,"
said the very old woman,
"It's too bad!" "But look!"
said the very old man,
and he pointed to a bunch of high grass.
In it sat one little frightened kitten.
They went out and picked it up. It was thin and scraggly.

தாத்தாவும் பாட்டியும் அதன் பக்கத்தில் சென்றார்கள். பாட்டியின் கண்கள் குளமாகி கண்ணீர் பெருக்கெடுத்தது. குட்டிப்பூனையைத் தூக்கியெடுத்து மடியில் வைத்துக்கொண்டாள். அந்தப் பூனை ஒல்லியாகவும் பலவீனமாகவும் இருந்தது.

"பாவம். பரிதாபமான குட்டிப்பூனை." என்றாள் பாட்டி.

குட்டிப் பூனையிடம் கேட்டார் தாத்தா: "செல்லப் பூனையே. மற்ற பூனைகளிடமிருந்து நீ எப்படி தப்பித்தாய்? கொழுத்த பூனைகள் உன்னோடு சண்டைக்கு வரவில்லையா? உன்னைக் கடித்து சாப்பிட விரும்பவில்லையா?" குட்டிப்பூனை சொன்னது:

"ஓ! என்னை நன்றாக கவனித்துப் பாருங்கள். நானொரு வளர்ப்புப் பூனையைப்போல இருக்கிறேன்தானே. உங்களில் யார் அழகிய பூனை என்று நீங்கள் கேள்வி எழுப்பியதை நானும் கேட்டுக் கொண்டிருந்தேன். எனக்கு பேராசை ஒன்றுமில்லை. வாய்திறக்காமல் அமைதியாக இருந்துவிட்டேன்.

எனவே எந்தப் பூனையும் என் பக்கம் திரும்பிக்கூட பார்க்கவில்லை. என்னைப் பொருட்படுத்தவில்லை."

"Poor little kitty," said the very old woman.
"Dear little kitty," said the very old man,
"how does it happen that you were not
eaten up with all those hundreds and thousands
and millions and billions and trillions of cats?"
"Oh, I'm just a very homely little cat," said the kitten,
"So when you asked who was
the prettiest, I didn't say anything.
So nobody bothered about me.

தாத்தாவும் பாட்டியும் பூனையின் பேச்சைக் கேட்டு வியப்படைந்தார்கள். பலவீனமான குட்டிப்பூனையை வீட்டுக்குள் அழைத்துச் சென்றார்கள்.

வெதுவெதுப்பான தண்ணீரில் பூனையைக் குளிப்பாட்டினாள் பாட்டி.

உடம்பு முழுக்க வளர்ந்திருந்த ரோமங்களை வாரிவிட்டாள்.

அதன் பிறகு பூனையின் உடம்பு மென்மையாகவும் பளபளப்பாகவும் காட்சியளித்தது.

**They took the kitten into the house,
where the very old woman gave it a warm bath and
brushed its fur until it was soft and shiny.**

நாள்தோறும் அந்தப் பூனைக்கு கிண்ணம் நிறைய பால் கொடுத்து வளர்த்தார்கள்.

Every day they gave it plenty of milk –

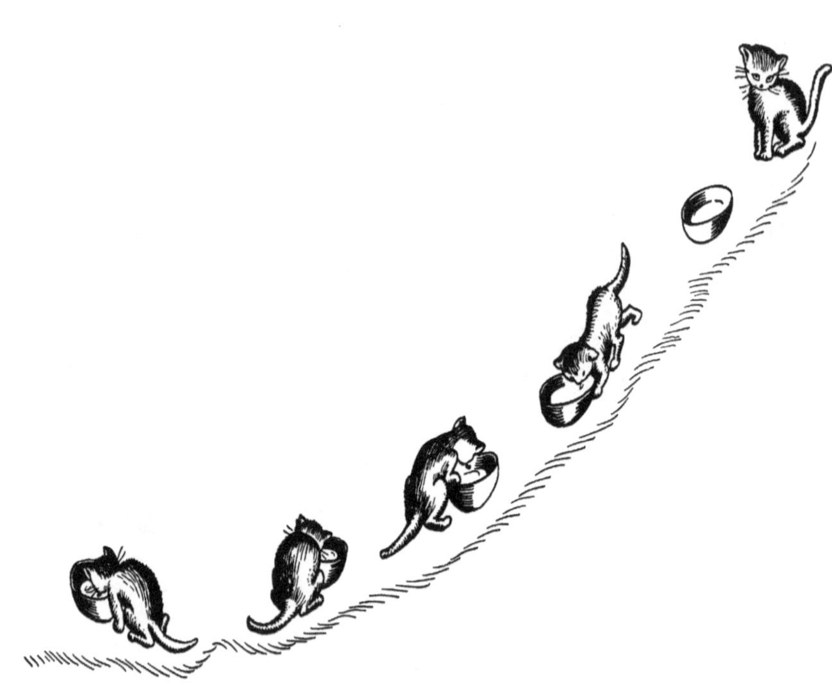

விரைவில் அது குண்டுப் பூனையானது.
தாத்தா பாட்டியுடன் விளையாடியது.

and soon it grew nice and plump.

"கடைசியில் நாம் ஆசைப்பட்ட மாதிரி ஒரு அழகிய பூனை கிடைத்து விட்டது." பாட்டி சொன்னாள்.

"ஆமாம்...ஆமாம்...உலகத்திலேயே இப்பூனையையைவிட வேறும் எந்தப் பூனையும் அழகில்லை. ஏனென்றால் நான் நூற்றுக்கணக்கான... ஆயிரக்கணக்கான... லட்சக்கணக்கான... கோடிக்கணக்கான பூனைகளைப் பார்த்துவிட்டேன். எல்லாவற்றை விடவும் அழகுக்கு அழகு சேர்க்கிற பூனை இது மட்டுமே."

தாத்தா மகிழ்ச்சியாகப் பதில் சொன்னார்.

"And it is a very pretty cat,
after all!" said the very old woman.
"It is the most beautiful cat in the whole world," said the
very old man. "I ought to know, for I've seen –
Hundreds of cats, Thousands of cats,
Millions and billions and trillions of cats - and not one
was as pretty as this one."

தாவிக்குதித்து பாட்டி மடியில் அமர்ந்த பூனை அப்படியே
உறங்கிப்போனது.

■ ■ ■